ਐਲੀ ਦੀ

ਮੇਰੀ ਖੁਫੀਆ ਡਾਇਰੀ

Ellie's

My Secret Diary

Henriette Barkow & Sarah Garson

Panjabi translation by Pavitar Singh

ਐਤਵਾਰ ਸਵੇਰ 7.30

ਪਿਆਰੀ ਡਾਇਰੀ

ਕੱਲ ਰਾਤੀਂ ਸੁਪਨਾ ਆਇਆ। ਮੈਂ ਨੱਸੀ ਜਾਂਦੀ ਸੀ ... ਅਤੇ ਨੱਸੀ ਜਾਂਦੀ ਸੀ।
ਇਕ ਬਹੁਤ ਵੱਡਾ ਸ਼ੋਰ ਮੇਰੇ ਮਗਰ ਨੱਸ ਰਿਹਾ ਸੀ। ਮੈਂ ਤੇਜ ਅਤੇ ਹੋਰ ਤੇਜ
ਨੱਸ ਰਹੀਂ ਸੀ ਪਰ ਮੈਂ ਪਰੇ ਨਹੀਂ ਹੋ ਸਕੀ। ਸ਼ੋਰ ਮੇਰੇ ਹੋਰ ਨੇੜੇ ਹੋ ਰਿਹਾ
ਸੀ ਅਤੇ ਫਿਰ ... ਮੈਂ ਜਾਗ ਪਈ।

ਮੈਂ ਫਲੋ ਆਪਣੀਆਂ ਬਾਹਾਂ ਵਿਚ ਪਕੜੀ। ਉਸ ਨਾਲ ਮੈਂ ਸੁਰੱਖਿਅਤ ਮਹਿਸੂਸ
ਕਰਦੀ ਹਾਂ - ਉਸ ਨੂੰ ਪਤਾ ਹੈ ਕਿ ਕੀ ਹੋ ਰਿਹਾ ਹੈ। ਮੈਂ ਉਸ ਨੂੰ ਦੱਸ ਸਕਦੀ ਹਾਂ।

ਭੈੜੇ ਸੁਪਨੇ ਆਉਂਦੇ ਰਹਿੰਦੇ ਹਨ। ਇੰਜ ਹੁੰਦਾ ਨਹੀਂ ਸੀ।

ਮੇਰੀਆਂ ਬਹੁਤ ਸਹੇਲੀਆ ਹੁੰਦੀਆਂ ਸਨ - ਜਿਸ ਤਰਾਂ ਕਿ ਸੈਰਾ ਅਤੇ ਜੈਨੀ।
ਸੈਰਾ ਨੇ ਮੈਨੂੰ ਦੁਕਾਨਾਂ ਨੂੰ ਜਾਣ ਲਈ ਕਿਹਾ ਪਰ ...

ਉਸ ਦੇ ਆਉਣ ਤੇ ਸਕੂਲ ਨਰਕ ਬਣ ਗਿਆ ਹੈ।
ਮੈਂ ਉਸ ਨੂੰ ਨਫਰਤ   ਨਫਰਤ   ਨਫਰਤ ਕਰਦੀ ਹਾਂ!!!

Dear Diary

Had a bad dream last night.
I was running ... and running.
There was this huge
tiger chasing me.
I was running faster and faster but
I couldn't get away.
It was getting closer and then ...
I woke up.

I held Flo in my arms. She makes me feel safe
- she knows what's going on. I can tell her.

Keep having bad dreams.
Didn't used to be like that.
I used to have loads of friends - like Sara and Jenny.
Sara asked me to go to the shops but ...

School's been HELL
since SHE came.

I hate hate
HATE her!!!

Sunday evening 20.15

Dear Diary

Went to Grandad's.
Lucy came and we climbed the big tree.
We played pirates.
School 2morrow.
Don't think I can face it.
Go to school and
see HER!

SHE'll be waiting. I KNOW she will.

Even when she isn't there I'm scared
she'll come round a corner.
Or hide in the toilets like a bad smell.
Teachers never check what's going
on in there!

If __ONLY__ I didn't have to go.
Flo thinks I'll be ok.

ਐਤਵਾਰ ਸ਼ਾਮ 20.15

ਪਿਆਰੀ ਡਾਇਰੀ

ਬਾਬੇ ਦੇ ਗਈ ਸੀ।
ਲੂਸੀ ਆਈ ਸੀ ਅਤੇ ਅਸੀਂ ਵੱਡੇ ਰੁੱਖ ਉੱਤੇ ਚੜ੍ਹਿਆ।
ਅਸੀਂ ਸਮੁੰਦਰੀ ਡਾਕੂ ਖੇਡੇ ਸੀ। ਕੱਲ ਨੂੰ ਸਕੂਲ।
ਮੇਰਾ ਖਿਆਲ ਮੈਂ ਸਕੂਲ ਦਾ ਸਾਹਮਣਾ ਨਹੀਂ ਕਰ ਸਕਦੀ।
ਸਕੂਲੇ ਜਾ ਕੇ ਉਸ ਨੂੰ ਦੇਖਾਂ!

ਉਹ ਉਡੀਕ ਕਰ ਰਹੀ ਹੋਵੇਗੀ। ਮੈਨੂੰ ਪਤਾ ਹੈ ਕਿ ਉਹ ਉਡੀਕ ਕਰਦੀ ਹੋਵੇਗੀ।

ਜੇ ਉਹ ਉਥੇ ਨਾ ਵੀ ਹੋਈ ਤਾਂ ਮੈਨੂੰ ਡਰ ਹੈ ਕਿ ਉਹ ਅਗਲੇ ਮੋੜ ਤੋਂ ਆ
ਸਕਦੀ ਹੈ। ਜਾਂ ਟੌਇਲਟਾਂ ਵਿਚ ਭੇਡੇ ਮਸ਼ਕ ਵਾਂਗ ਲੁੱਕ ਸਕਦੀ ਹੈ।
ਉਥੇ ਟੀਚਰ ਕਦੀ ਵੀ ਚੈਕ ਨਹੀਂ ਕਰਦੇ
ਕਿ ਕੀ ਹੋ ਰਿਹਾ ਹੈ!

ਜੇ ਸਿਰਫ ਮੈਨੂੰ ਨਾ ਹੀ ਜਾਣਾ ਪਵੇ।
ਫਲੋ ਸੋਚਦੀ ਹੈ ਕਿ ਮੈਂ ਠਕਿ ਹੀ ਹੋਵਾਂਗੀ।

ਮੈਨੂੰ ਫਿਰ ਉਹ ਸੁਪਨਾ ਆਇਆ।
ਪਰ ਇਸ ਵਾਰੀ ਮੇਰੇ ਮਗਰ ਉਹ ਦੌੜ ਰਹੀ ਸੀ। ਮੈਂ ਪਰੇ ਨੱਸਣ ਦੀ
ਕੋਸ਼ਿਸ਼ ਕਰ ਰਹੀ ਸੀ ਪਰ ਉਹ ਮੇਰੇ ਨੇੜੇ ਆ ਰਹੀ ਸੀ ਅਤੇ ਉਸ
ਦਾ ਹੱਥ ਮੇਰੇ ਮੋਢੇ ਉਪਰ ਸੀ ... ਫਿਰ ਮੈਂ ਜਾਗ ਪਈ।

ਮੇਰਾ ਦਿਲ ਕੱਚਾ ਹੁੰਦਾ ਹੈ ਪਰ ਮੈਂ ਮਜਬੂਰ ਹੋ ਕੇ ਨਾਸ਼ਤਾ ਕੀਤਾ,
ਤਾਂ ਮਾਂ ਨਾ ਸੋਚੇ ਕਿ ਕੋਈ ਗੱਲ ਹੈ। ਮਾਂ ਨੂੰ ਦੱਸ ਨਹੀਂ ਸਕਦੀ -
ਦੱਸਣ ਨਾਲ ਕੰਮ ਖਰਾਬ ਹੋਵੇਗਾ। ਕਿਸੇ ਨੂੰ ਦੱਸ ਨਹੀਂ ਸਕਦੀ।
ਉਹ ਸੋਚਣਗੇ ਮੈਂ ਡਰਾਕਲ ਹਾਂ ਪਰ ਮੈਂ ਡਰਾਕਲ ਨਹੀਂ।

ਸਿਰਫ ਉਹ ਹੀ ਕੁੜੀ ਹੈ ਅਤੇ ਉਹ
ਜੋ ਕੁਝ ਮੈਨੂੰ ਕਰਦੀ ਹੈ।

Monday morning 7.05

I had that dream again.
Only this time it was HER who was chasing
me. I was trying to run away but she kept
getting closer and her hand was just on my
shoulder ... then I woke up.

I feel sick but I made myself eat
breakfast, so mum won't
think anything's up.
Can't tell mum – it'll just
make it worse.
Can't tell anyone.
They'll think I'm soft
and I'm not.
It's just <u>that girl</u>
and what SHE does to me.

Monday evening 20.30

Dear Diary

SHE was there. Waiting.
Just round the corner from school where nobody could
see her. SHE grabbed my arm and twisted it behind
my back.
Said if I gave her money she wouldn't hit me.
I gave her what I had. I didn't want to be hit.
"I'll get you tomorrow!" SHE said and pushed me over
before she walked off.
It hurt like hell. She ripped my favourite trousers!

Told mum I fell over. She sewed them up.
I feel like telling Sara or Jenny but they
won't understand!!

Glad I've got you and
Flo to talk to.

ਪਿਆਰੀ ਡਾਇਰੀ

ਉਹ ਉਥੇ ਸੀ। ਉਡੀਕਦੀ।
ਸਕੂਲ ਤੋਂ ਪਰੇ ਮੋੜ ਮੁੜਕੇ ਜਿਥੇ ਕੋਈ ਉਸ ਨੂੰ ਦੇਖ ਨਾ ਸਕੇ।
ਉਸਨੇ ਮੇਰੀ ਬਾਂਹ ਪਕੜਕੇ ਮੇਰੀ ਢੋਈ ਪਿਛੇ ਮਰੋੜ ਦਿਤੀ।

ਉਸਨੇ ਕਿਹਾ ਕਿ ਜੇ ਮੈਂ ਉਸਨੂੰ ਪੈਸੇ ਨਾ ਦਿਤੇ ਤਾਂ ਉਹ ਮੇਰੇ
ਮਾਰੇਗੀ ਨਹੀਂ। ਜਿੰਨੇ ਮੇਰੇ ਕੋਲ ਸਨ ਮੈਂ ਉਸਨੂੰ ਦੇ ਦਿਤੇ।
ਮੈਂ ਚਾਹੁੰਦੀ ਸੀ ਕਿ ਉਹ ਮੇਰੇ ਨਾ ਮਾਰੇ।
"ਮੈਂ ਤੈਨੂੰ ਕਲ੍ਹ ਨੂੰ ਪਕੜੂੰਗੀ!" ਉਸਨੇ ਕਹਿਆ ਅਤੇ
ਮੈਨੂੰ ਧੱਕਾ ਮਾਰਕੇ ਸੁੱਟ ਦਿਤਾ ਫਿਰ ਚਲੀ ਗਈ।
ਮੈਨੂੰ ਬਹੁਤ ਤਕਲੀਫ ਹੋਈ।
ਮੇਰੀ ਪਸੰਦ ਦੀ ਪੈਂਟ ਪਾਟ ਗਈ!

ਮਾਂ ਨੂੰ ਦੱਸਿਆ ਮੈਂ ਡਿੱਗ ਪਈ ਸੀ।
ਉਸਨੇ ਸਿਊਂ ਦਿਤੀ। ਮੇਰਾ ਦਿਲ
ਸੈਰਾ ਜਾਂ ਜੈਨੀ ਨੂੰ ਦੱਸਣ ਨੂੰ ਕਰਦਾ
ਹੈ ਪਰ ਉਹ ਸਮਝਣਗੀਆਂ ਨਹੀਂ!!

ਮੈਂ ਖ਼ੁਸ਼ ਹਾਂ ਮੇਰੇ ਕੋਲ ਗੱਲਾਂ
ਕਰਨ ਲਈ ਤੁਸੀਂ ਅਤੇ
ਫਲੋ ਮੌਜੂਦ ਹੋ।

ਰਾਤੀ ਸੌਂ ਨਹੀਂ ਸਕੀ। ਸਿਰਫ ਪਈ ਰਹੀ।
ਸੌਣ ਲਈ ਡਰਦੀ ਸੀ। ਡਰਦੀ ਸੀ ਕਿ
ਫਿਰ ਉਹ ਸੁਪਨਾ ਆ ਜਾਵੇਗਾ।
ਉਹ ਮੇਰੀ ਉਡੀਕ ਕਰਦੀ ਰਹੀ ਹੋਵੇਗੀ।

ਉਹ ਹਰ ਵੇਲੇ ਮੇਰੇ ਕਿਉਂ ਪਿੱਛੇ ਲੱਗੀ ਰਹਿੰਦੀ ਹੈ?
ਮੈਂ ਤਾਂ ਉਸ ਨੂੰ ਕੁੱਛ ਨਹੀਂ ਕੀਤਾ।
ਮੈਨੂੰ ਨੀਂਦ ਆ ਗਈ ਹੋਵੇਗੀ, ਕਿਉਂਕਿ ਬਾਅਦ
ਵਿਚ ਮਾਂ ਦੇ ਮੈਨੂੰ ਉਠਾਲਣ ਦੀ ਯਾਦ ਹੈ।

ਨਾਸ਼ਤਾ ਨਹੀਂ ਕਰ ਸਕੀ। ਸੈਮ ਨੂੰ ਦੇ
ਦਿੱਤਾ ਤਾਂ ਕੇ ਮਾਂ ਨੂੰ ਨਾ ਪਤਾ ਲੱਗੇ।

12

Couldn't sleep last night.
Just lay there. Too scared to go to sleep.
Too scared I'd have that dream again.
SHE'll be waiting for me. Why does she always
pick on ME? I haven't done anything to her.
Must have dropped off, cos next thing
mum was waking me.

9

3

6

Couldn't eat breakfast.
Gave it to Sam so mum wouldn't notice.

ਉਸਨੇ ਸਕੂਲੋਂ ਬਾਹਰ ਨਿਕਲਦਿਆਂ ਮੇਰਾ ਪਿੱਛਾ ਕੀਤਾ - ਸੱਭ ਵੱਡੀ ਤੇ ਜਬਰਦਸਤ। ਉਸਨੇ ਮੇਰੇ ਵਾਲ ਖਿੱਚੇ। ਚੀਕਣਾ ਚਾਹੁੰਦੀ ਸੀ ਪਰ ਉਸਨੂੰ ਖੁਸ਼ੀ ਨਹੀਂ ਸੀ ਦੇਣੀ ਚਾਹੁੰਦੀ।

"ਤੂੰ ਮੇਰੇ ਪੈਸੇ ਲਿਆਂਦੇ ਹਨ?" ਉਸਨੇ ਮੇਰੇ ਉਪਰ ਬੁੱਕਿਆ। ਮੈਂ ਆਪਣਾ ਸਿਰ ਮਾਰਿਆ।
"ਮੈਂ ਇਹ ਲੈਂਦੀ ਹਾਂ," ਉਹ ਗੁੱਸੇ ਵਿਚ ਚੀਕੀ ਅਤੇ ਮੇਰਾ ਪੀ ਈ ਬੈਗ ਖੋਹ ਲਿਆ, "ਜਿੰਨੀ ਦੇਰ ਤੂੰ ਮੈਨੂੰ ਪੈਸੇ ਨਹੀਂ ਦਿੰਦੀ।"

ਮੇਰਾ ਉਸਨੂੰ ਦੇਣ ਨੂੰ ਦਿਲ ਕਰਦਾ! ਉਸਦੇ ਮੋਟੇ ਮੂੰਹ ਉਪਰ ਘਸੁੰਨ ਮਾਰਨ ਨੂੰ ਦਿਲ ਕਰਦਾ! ਮੈਂ ਕੀ ਕਰ ਸਕਦੀ ਹਾਂ? ਮੈਂ ਉਸਦੇ ਮਾਰ ਨਹੀਂ ਸਕਦੀ ਕਿਉਂ ਕਿ ਉਹ ਮੇਰੇ ਨਾਲੋਂ ਵੱਡੀ ਹੈ।

ਮੈਂ ਮਾਂ ਜਾਂ ਬਾਪੂ ਤੋਂ ਪੈਸੇ ਨਹੀਂ ਮੰਗ ਸਕਦੀ ਕਿਉਂ ਕਿ ਉਹ ਪੁੱਛਣਗੇ ਕਿ ਕਿਸ ਲਈ ਹਨ।

Tuesday evening 20.00

SHE followed me out of school – all big and ~~tuff~~ tough.
SHE pulled my hair. Wanted to scream but I didn't want
to give her the satisfaction.
"You got my money?" SHE spat at me.
Shook my head. "I'll have this," SHE snarled, snatching
my PE bag, "til you give it to me."
I'd love to give it to her! Feel like punching her fat face!
What can I do? I can't hit her cos she's bigger than me.

I can't ask mum
or dad for the money
cos they'll want to
know what it's for.

ਡਾਇਰੀ ਮੈਂ ਕੁੱਝ ਮਾੜਾ ਕੀਤਾ ਹੈ।

ਬਹੁਤ ਮਾੜਾ!

ਜੇ ਮਾਂ ਨੂੰ ਪਤਾ ਲੱਗ ਗਿਆ ਤਾਂ ਮੈਨੂੰ ਪਤਾ ਨਹੀਂ ਉਹ ਕੀ ਕਰੇਗੀ।
ਪਰ ਮੈਂ ਬਹੁਤ ਵੱਡੀ ਮੁਸੀਬਤ ਵਿਚ ਪੈ ਜਾਵਾਂਗੀ - ਯਕੀਨੀ।

ਰਾਤੀ ਮੈਂ ਮੇਜ਼ ਉੱਪਰ ਮਾਂ ਦਾ ਪਰਸ ਦੇਖਿਆ। ਮੈਂ ਇਕੱਲੀ
ਸੀ ਅਤੇ ਇਸ ਕਰਕੇ ਮੈਂ £5 ਕੱਢ ਲਏ।

ਮੈਂ ਜਲਦੀ ਤੋਂ ਜਲਦੀ ਵਾਪਸ ਰੱਖ ਦੇਵਾਂਗੀ।
ਮੈਂ ਆਪਣਾ ਜੇਬ ਖਰਚ ਬਚਾ ਲਵਾਂਗੀ।
ਮੈਂ ਕੁੱਝ ਪੈਸੇ ਕਮਾਉਣ ਦੀ ਕੋਸ਼ਿਸ਼ ਕਰਾਂਗੀ।

ਉਮੀਦ ਕਰਦੀ ਹਾਂ ਕਿ ਮਾਂ ਨੂੰ ਪਤਾ ਨਾ ਲੱਗੇ।

ਉਹ ਪਾਗਲ ਹੋ ਜਾਵੇਗੀ!

Diary, I've done something bad.
Really bad!
If mum finds out I don't know what she'll do.
But I'll be in big trouble - for sure.

Last night I saw mum's purse on the table.
I was on my own and so I took £5.

I'll put it back as soon as I can.
I'll save my pocket money.
I'll try and earn some money.

Hope mum doesn't miss it.

She'll go mad!

ਇਹ ਮੇਰੀ ਜ਼ਿੰਦਗੀ ਦਾ ਸਭ ਤੋਂ ਭੈੜਾ ਦਿਨ ਸੀ!!

ਪਹਿਲਾਂ - ਮੈਨੂੰ ਝਿੜਕਾਂ ਪਈਆਂ ਕਿਉਂ ਕਿ ਮੇਰੇ ਕੋਲ ਪੀ ਈ ਚੀਜ਼ਾਂ ਨਹੀਂ ਸਨ।
ਦੂਸਰੀ - ਮੈਂ ਆਪਣਾ ਹੋਮਵਰਕ ਨਹੀਂ ਸੀ ਕੀਤਾ।
ਤੀਸਰਾ - ਉਹ ਪਾਸੇ ਦੇ ਗੇਟ ਕੋਲ ਸੀ - ਉਡੀਕਦੀ।
ਉਸਨੇ ਮੇਰੀ ਬਾਂਹ ਮਰੋੜ ਕੇ ਪੈਸੇ ਖੋਹ ਲਏ।
ਮੇਰਾ ਝੋਲਾ ਗਾਰੇ ਵਿਚ ਸੁੱਟ ਦਿੱਤਾ।
ਚੌਥਾ - ਉਹ ਹੋਰ ਚਾਹੁੰਦੀ ਹੈ।

ਮੈਂ ਹੋਰ ਨਹੀਂ ਲਿਆ ਸਕਦੀ ...
ਮੈਂ ਪਹਿਲਾਂ ਹੀ ਮਾਂ ਤੋਂ ਚੋਰੀ ਕਰ ਚੁਕੀ ਹਾਂ।
ਮੈਨੂੰ ਪਤਾ ਨਹੀਂ ਮੈਂ ਕੀ ਕਰਾਂ।

ਮੈਂ ਜੰਮਦੀ ਹੀ ਨਾ!!

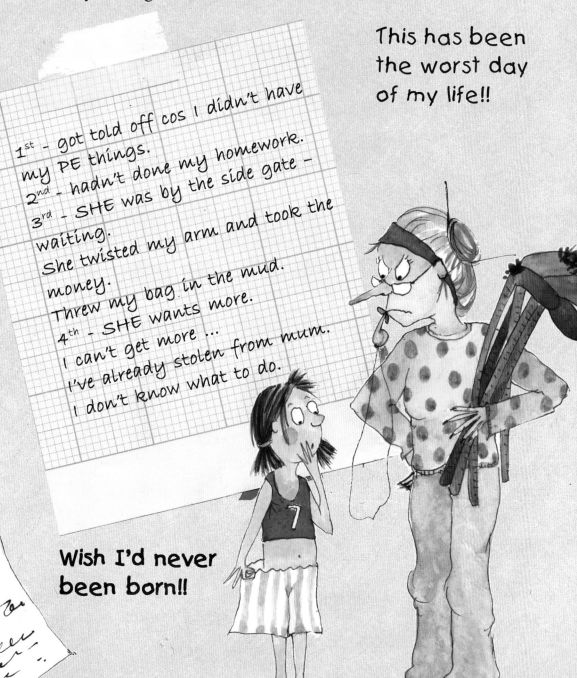

ਮੈਂ ਯਕੀਨ ਨਹੀਂ ਕਰ ਸਕਦੀ।
ਮਾਂ ਨੂੰ ਪਤਾ ਲੱਗ ਗਿਆ ਹੈ!!

ਉਹ ਜਾਨਣਾ ਚਾਹੁੰਦੀ ਸੀ ਕਿ ਕੀ ਕਿਸੇ ਨੇ ਉਸ ਦਾ £5 ਦਾ ਨੋਟ ਦੇਖਿਆ ਹੈ। ਅਸੀਂ ਸਾਰਿਆਂ ਨੇ ਕਹਿਆ ਨਹੀਂ। ਹੋਰ ਮੈਂ ਕੀ ਕਹਿ ਸਕਦੀ ਸੀ?

ਮੈਂ ਭੈੜੀ ਬਹੁਤ ਭੈੜੀ ਮਹਿਸੂਸ ਕਰ ਰਹੀ ਹਾਂ। ਮੈਂ ਝੂਠ ਨਹੀਂ ਬੋਲਣਾ ਚਾਹੁੰਦੀ। ਮਾਂ ਨੇ ਆਖਿਆ ਮੈਂ ਤੈਨੂੰ ਸਕੂਲੇ ਛੱਡ ਆਉਂਦੀ ਹਾਂ। ਘੱਟੋ ਘੱਟ ਮੈਂ ਘਰ ਜਾਣ ਵੇਲੇ ਤੱਕ ਤਾਂ ਸੁਰੱਖਿਅਤ ਰਹਾਂਗੀ।

Thursday morning 8.15

I can't believe it.
Mum's found out!!

She wanted to know if anybody
had seen her £5 note.
We all said no.
What else could I say?

I feel bad, really bad. I hate lying.
Mum said she's taking me to school.
At least I'll be safe til home time.

On the way to school mum asked me if I took the money.
She looked so sad.
I had thought of lying but seeing her face
I just couldn't.
I said yes and like a stupid idiot burst into tears.

Mum asked why?
And I told her about the girl and what she'd been doing to me. I told her how scared I was.
I couldn't stop crying.
Mum held me and hugged me.

When I'd calmed down, she asked,
if there was anyone at school
I could talk to?
I shook my head.
She asked if I would
like her to talk to
my teacher.

ਸਕੂਲ ਜਾਂਦਿਆਂ ਮਾਂ ਨੇ ਮੈਨੂੰ ਪੁੱਛਿਆ ਕਿ ਮੈਂ ਪੈਸੇ ਕੱਢੇ ਸਨ।
ਉਹ ਬਹੁਤ ਉਦਾਸ ਲੱਗਦੀ ਸੀ।
ਮੈਂ ਝੂਠ ਬੋਲਣ ਬਾਰੇ ਸੋਚਿਆ ਸੀ ਪਰ ਉਸ
ਦਾ ਮੂੰਹ ਦੇਖ ਕੇ ਮੈਂ ਝੂਠ ਬੋਲ ਨਹੀਂ ਸਕੀ।
ਮੈਂ ਆਖਿਆ ਹਾਂ ਅਤੇ ਮੂਰਖ ਵਾਂਗ ਹਿੱਝੂ ਕੇਰਨ ਲੱਗ ਪਈ।

ਮਾਂ ਨੇ ਪੁੱਛਿਆ ਕਿਉਂ?
ਅਤੇ ਮੈਂ ਉਸ ਨੂੰ ਕੁੜੀ ਬਾਰੇ ਦੱਸ ਦਿੱਤਾ ਅਤੇ ਉਹ ਮੈਨੂੰ ਕੀ
ਕਰ ਰਹੀ ਸੀ। ਮੈਂ ਮਾਂ ਨੂੰ ਦੱਸਿਆ ਮੈਂ ਕਿੰਨੀ ਡਰਦੀ ਸੀ।
ਮੇਰੇ ਕੋਲੋਂ ਰੋਣੋਂ ਨਹੀਂ ਸੀ ਚੁੱਪ ਹੋ ਹੁੰਦਾ।
ਮਾਂ ਨੇ ਮੈਨੂੰ ਪੱਕੜਕੇ ਗੱਲਵੱਕੜੀ ਵਿਚ ਲਿਆ।

ਜਿਸ ਵੇਲੇ ਮੈਂ ਸ਼ਾਂਤ ਹੋਈ, ਮਾਂ ਨੇ ਮੈਨੂੰ ਪੁੱਛਿਆ ਕਿ ਸਕੂਲੇ
ਕੋਈ ਹੈ ਜਿਸ ਨਾਲ ਮੈਂ ਗੱਲ ਕਰ ਸਕਦੀ ਹਾਂ?
ਮੈਂ ਸਿਰ ਮਾਰਿਆ। ਮਾਂ ਨੇ ਮੈਨੂੰ ਪੁੱਛਿਆ
ਕਿ ਕੀ ਮੈਂ ਚਾਹੁੰਦੀ ਹਾਂ ਕਿ ਉਹ ਮੇਰੇ
ਅਧਿਆਪਕ ਨਾਲ ਗੱਲ ਕਰੇ।

Friday morning 6.35

Dearest Diary

Still woke up real early but

I DIDN'T HAVE THAT DREAM!!

I feel a bit strange. Know she won't be in school - they suspended her for a week. What if she's outside?

My teacher said she did it to others - to Jess and Paul.

I thought she'd only picked on me.
But what happens if she's there?

ਸੱਭ ਤੋਂ ਪਿਆਰੀ ਡਾਇਰੀ

ਫਿਰ ਵੀ ਬਹੁਤ ਜਲਦੀ ਉਠ ਖੜੀ ਪਰ

ਮੈਨੂੰ ਉਹ ਸੁਪਨਾ ਨਹੀਂ ਸੀ ਆਇਆ!!

ਮੈਂ ਅਜੀਬ ਅਨੁਭਵ ਕਰਦੀ ਹਾਂ। ਮੈਨੂੰ ਪਤਾ ਹੈ ਉਹ ਸਕੂਲ ਵਿਚ ਨਹੀਂ ਹੋਵੇਗੀ - ਉਸ ਨੂੰ ਹਫਤੇ ਲਈ ਕੱਢ ਦਿੱਤਾ ਗਿਆ ਹੈ। ਜੇ ਉਹ ਬਾਹਰ ਉਡੀਕ ਕਰਦੀ ਹੋਈ?

ਮੇਰੇ ਅਧਿਆਪਕ ਨੇ ਆਖਿਆ ਸੀ ਕਿ ਉਸ ਨੇ ਦੂਸਰਿਆਂ ਨੂੰ ਇਸ ਤਰ੍ਹਾਂ ਕੀਤਾ ਸੀ - ਜੈਸ ਤੇ ਪੌਲ ਨੂੰ।

ਮੈਂ ਸੋਚਿਆ ਸੀ ਕਿ ਉਹ ਸਿਰਫ ਮੇਰੇ ਨਾਲ ਹੀ ਇਸ ਤਰ੍ਹਾਂ ਕਰਦੀ ਹੈ। ਪਰ ਜੇ ਉਹ ਉਥੇ ਹੋਈ?

ਉਹ ਉਬੇ ਨਹੀਂ ਸੀ!!!

ਮੈਂ ਇਕ ਬਹੁਤ ਚੰਗੀ ਇਸਤਰੀ ਨਾਲ ਗੱਲਾਂ ਕੀਤੀਆਂ ਜਿਸ ਨੇ ਮੈਨੂੰ ਕਿਹਾ ਕਿ ਮੈਂ ਉਸ ਨਾਲ ਜਿਸ ਵੇਲੇ ਮਰਜ਼ੀ ਗੱਲਾਂ ਕਰ ਸਕਦੀ ਹਾਂ।

ਉਸ ਨੇ ਕਿਹਾ ਕਿ ਜੇ ਤੁਹਾਡੇ ਨਾਲ ਕੋਈ ਧੱਕੇਸ਼ਾਹੀ ਕਰਦਾ ਹੈ ਤਾਂ ਤੁਹਾਨੂੰ ਕਿਸੇ ਨੂੰ ਦੱਸਣ ਦੀ ਕੋਸ਼ਿਸ਼ ਕਰਨੀ ਚਾਹੀਦੀ ਹੈ।

ਮੈਂ ਸੈਰਾ ਅਤੇ ਜੈਨੀ ਨੂੰ ਦੱਸ ਦਿੱਤਾ। ਸੈਰਾ ਨੇ ਕਿਹਾ ਕਿ ਉਸ ਨਾਲ ਇਸ ਤਰ੍ਹਾਂ ਉਸ ਦੇ ਪਹਿਲੇ ਸਕੂਲ ਵਿਚ ਹੋਇਆ ਸੀ। ਪੈਸਿਆਂ ਬਾਰੇ ਨਹੀਂ ਪਰ ਇਕ ਮੁੰਡਾ ਉਸ ਨਾਲ ਹੀ ਇਸ ਤਰ੍ਹਾਂ ਹੀ ਕਰਦਾ ਰਹਿੰਦਾ ਸੀ।

ਆਪਾਂ ਸਾਰਿਆਂ ਨੇ ਸਕੂਲੇ ਇਕ ਦੂਸਰੇ ਦੀ ਦੇਖ-ਭਾਲ ਕਰਨੀ ਹੈ ਤਾਂ ਕਿ ਹੋਰ ਕਿਸੇ ਨਾਲ ਧੱਕੇਸ਼ਾਹੀ ਨਾ ਹੋਵੇ। ਸ਼ਾਇਦ ਸੱਭ ਠੀਕ ਹੋਵੇ। ਜਿਸ ਵੇਲੇ ਮੈਂ ਘਰ ਪਹੁੰਚੀ ਮਾਂ ਨੇ ਮੇਰਾ ਮਨ ਪਸੰਦ ਖਾਣਾ ਬਣਾਇਆ।

She really wasn't there!!!
I had a talk with a nice lady who said I could talk to
her at any time. She said that if anyone is bullying
you, you should try and tell somebody.
I told Sara and Jenny. Sara said it had happened to her
at her last school. Not the money bit but this boy kept
picking on her.

We're all going to look after each other at school so
that nobody else will get bullied. Maybe it'll be ok.
When I got home mum made my favourite dinner.

ਪਿਆਰੀ ਡਾਇਰੀ

ਨਾ ਸਕੂਲ!!   ਨਾ ਭੈੜੇ ਸੁਪਨੇ!!

ਮੈਂ ਨੈਟ ਉਪਰ ਦੇਖਿਆ ਤਾਂ ਧੱਕੇਸ਼ਾਹੀ ਬਾਰੇ ਬਹੁਤ ਕੁੱਝ ਸੀ। ਮੈਂ ਨਹੀਂ
ਸੋਚਿਆ ਸੀ ਕਿ ਇਹ ਜ਼ਿਆਦਾ ਹੁੰਦੀ ਹੋਵੇਗੀ ਪਰ ਇਹ ਹਰ ਵੇਲੇ ਹੁੰਦੀ
ਰਹਿੰਦੀ ਹ! ਸਿਆਣੀਆਂ ਅਤੇ ਮੱਛੀਆਂ ਨਾਲ ਵੀ।

ਕੀ ਤੁਹਾਨੂੰ ਪਤਾ ਹੈ ਕਿ ਮੱਛੀਆਂ ਧੱਕੇਸ਼ਾਹੀ ਦੀ ਪਰੇਸ਼ਾਨੀ ਕਰਕੇ ਮਰ
ਸਕਦੀਆਂ ਹਨ? ਕਈ ਕਿਸਮ ਦੀਆਂ ਮਦਦਲਾਇਨਾਂ ਅਤੇ ਇਸ ਤਰ੍ਹਾਂ
ਦੀਆਂ ਚੀਜ਼ਾਂ ਹਨ - ਵਿਅਕਤੀਆਂ ਲਈ, ਮੱਛੀਆਂ ਲਈ ਨਹੀਂ!!

ਮੈਂ ਚਾਹੁੰਦੀ ਹਾਂ ਮੈਨੂੰ ਪਤਾ ਹੁੰਦਾ!

Saturday morning 8.50

Dear Diary
     No school!!   No bad dreams!!
Had a look on the net and there was loads about
bullying. I didn't think that it happened often
but it happens all the time! Even to grown-ups
and fishes. Did you know that fishes can
die from the stress of being bullied?
There are all kinds of helplines
and stuff like that
- for people, not fishes!!

I wish I'd known!

ਸਨਿੱਚਰਵਾਰ ਸ਼ਾਮ 21.05

ਬਾਪੂ ਮੈਨੂੰ ਅਤੇ ਸੈਮ ਨੂੰ ਫਿਲਮ ਦੇਖਣ ਲਈ ਲੈ ਗਿਆ।
ਫਿਲਮ ਬਹੁਤ ਹਾਸੇ ਭਰੀ ਸੀ। ਅਸੀਂ ਬਹੁਤ ਹੱਸੇ।

ਸੈਮ ਜਾਨਣਾ ਚਾਹੁੰਦਾ ਸੀ ਕਿ ਜੋ ਕੁੱਝ ਹੋ ਰਿਹਾ ਸੀ ਉਸ
ਬਾਰੇ ਮੈਂ ਉਸ ਨੂੰ ਕਿਉਂ ਨਹੀਂ ਦੱਸਿਆ।

"ਮੈਂ ਉਸ ਦਾ ਮੂੰਹ ਭੰਨ ਦੇਣਾ ਸੀ!" ਸੈਮ ਨੇ ਕਿਹਾ।
"ਇਸ ਤਰ੍ਹਾਂ ਕਰਨ ਨਾਲ ਤੂੰ ਵੀ ਧੌਂਸਬਾਜ ਬਣ ਜਾਣਾ ਸੀ!"
ਮੈਂ ਉਸ ਨੂੰ ਦੱਸਿਆ।

Dad took me and Sam to see a film. It was really funny.
We had such a laugh.
Sam wanted to know why I never told him about what was
going on.
"I would have smashed her face!" he said.
"That would just have made you a bully too!" I told him.

What Ellie found out about bullying:

If you are bullied by anyone in any way IT IS NOT YOUR FAULT!
NOBODY DESERVES TO BE BULLIED!
NOBODY ASKS TO BE BULLIED!

There are many ways in which somebody can be bullied.
Can you name the ways in which Ellie was bullied?
Here is a list of some of the ways children are bullied:
- being teased
- being called names
- getting abusive messages on your mobile phone
- getting hate mail either on email or by letter
- being ignored or left out
- having rumours or lies spread about you
- being pushed, kicked, shoved or pulled about
- being hit or punched or hurt physically in any way
- having your bag or other belongings taken and thrown about
- being forced to hand over money or your belongings
- being attacked because of your race, religion or the way you speak or dress

Ellie found that it helped to keep a diary of what was happening to her.
It's a way of keeping a record of dates and times when things occurred.
It's also a way of not bottling everything up. It is important that you try
and tell somebody what is going on.
Maybe you could try talking to a friend who you trust.
Maybe you could try talking to your mum or dad, sister or brother.
Maybe there is a teacher at school who you feel comfortable talking to.
Most schools have an anti-bullying policy and may have somebody
(like the kind lady Ellie mentions in her diary) to talk to.

Here are some of the helplines
and websites that Ellie found:

Helplines:

    CHILDLINE 0800 1111
    KIDSCAPE 020 7730 3300
    NSPCC 0808 800 5000

Websites:

    In the UK:
    www.bbc.co.uk/schools/bullying
    www.bullying.co.uk
    www.childline.org.uk
    www.dfes.gov.uk/bullying
    www.kidscape.org.uk/info

In Australia & New Zealand:
www.kidshelp.com.au
www.bullyingnoway.com.au
ww.nobully.org.nz

    In the USA & Canada:
    www.bullying.org
    www.pta.org/bullying
    www.stopbullyingnow.com

If you want to read more about bullying there are many excellent books
so just check your library or any good bookshop.

Books in the *Diary Series*:
Bereavement
Bullying
Divorce
Migration

Text copyright © 2004 Henriette Barkow
Illustrations copyright © 2004 Sarah Garson
Dual language copyright © 2004 Mantra Lingua

A CIP catalogue record for this book is available
from the British Library

First published 2004 by Mantra Lingua
Global House, 303 Ballards Lane
London N12 8NP
www.mantralingua.com